MAAVILAI

குப்பை

KUPPAI

Author: Laurie Baker
Translation: Nisha Sathiyaseelan
Proofreading: S. Manivannan & Arivukkarasi Manivannan
Book design, cover design & curation: Kaushik Shrinivas

Published by **MAAVILAI**™

9/24, Vegavathi Street, Rajaji Nagar, Villivakkam, Chennai - 600049
+91-9150858008 | anjal@maavilai.com | www.maavilai.com

Translation and cover design © 2022 MAAVILAI
Original English version published by COSTFORD, Thrissur, Kerala.

First edition • Published on March 2022

ISBN: 978-81-955431-6-8
Price: INR 90.00/-

Printed by **Balaji Offset Printers**, Chennai - 600106 | +91-9444242899

அன்புக்குரிய மாவிலைக் குழுவிற்கு,

லாரி பேக்கரும் அவரின் கட்டடக்கலையும் கடைக்கோடி குடிமக்களை சென்று அடைந்து, இந்தியாவில் கட்டடக்கலை எனும் துறைக்கு வேறொரு முகம் கொடுத்தன. வளங்குன்றா கட்டடங்களின் (sustainable building) தேவை, வடிவமைப்பு மற்றும் கட்டுமானம் பற்றி லாரி பேக்கர் தன் கைப்பட எழுதிய, அழகான வரிவடங்கள் கொண்ட நூல்களின் தொகுப்பானது, நம் சமூகத்திற்கு அவர் செய்த பல ஈடு இணையற்ற பங்களிப்புகளில் ஒன்றாகும். மனித குலத்தால் விளைவாகும் காலநிலை மாற்றமும், மோசமான வானிலை நிகழ்வுகளும் உலா வரும் இன்றைய சூழலில், இந்நூல்களில் சொல்லப்பட்டுள்ள சூழல்நலக் கட்டுமான உத்திகளே காலத்தின் தேவையாக உள்ளன.

தமிழகத்திற்கு இத்தகைய மாபெரும் அறிவு களஞ்சிய நூல் தொகுப்பினை, தமிழில் கொண்டு சேர்க்கும் முயற்சியில் ஈடுபட்டுள்ள மாவிலைக் குழுவினருக்கு எங்களது மனமார்ந்த பாராட்டுகள். லாரி பேக்கர் கொள்கைகளின் பின்பற்றாளர்கள் ஆன நாங்கள், தமிழாக்கம் செய்த இந்த நூல்கள் மூலம், அவரின் கட்டுமான அறிவும், அணுகுமுறைகளும் பலருக்கும் எளிதாக சென்றடையும் என நம்புகிறோம். அத்துடன் மக்கள்—அன்பும், ஒற்றுமையும் கலந்த ஒரு புதிய கண்ணோட்டத்துடன் கட்டடங்களைப் பார்க்கத் துவங்குவதற்கும் இந்நூல்கள் விதையாக இருக்கும் என நாங்கள் நம்புகிறோம். மாவிலைக் குழுவிற்கு எங்களது இதயம் கனிந்த நன்றிகளையும் பாராட்டுகளையும் தெரிவித்துக் கொள்கிறோம். வளங்குன்றாமையை நடைமுறை ஆக்கும் உங்களின் எண்ணற்ற புதிய முயற்சிகளை ஆதரிக்க ஆவலாய் காத்து இருக்கிறோம்.

இங்ஙனம் வாழ்த்தும்,

P.B. சாஜன் மற்றும் R.D. பத்மகுமார்
COSTFORD and Laurie Baker Centre for Habitat Studies

நவம்பர், 2021
திருவனந்தபுரம்

லாரி பேக்கர் நமது குப்பைகள் அனைத்தையும் நாம் என்ன செய்யப் போகிறோம் என்பதை அறிய விரும்புகிறார்.

குப்பையும், குப்பைக்கூளமும்

குப்பை என்பது கழிவு அல்லது பயனற்ற பொருள் என்றும், குப்பைக்கூளம் என்பது துர்நாற்றமுடைய, அருவருப்பான பொருட்கள் என்றும் அகராதியில் கூறப்பட்டுள்ளது.

குப்பைகளை நாம் எவ்விடங்களில் காண்கிறோம்?

சாலை ஓரங்களில், கால்வாய் பக்கங்களில், கடைகள் மற்றும் சந்தைகளுக்கு முன்னால், மக்கள் வசிக்கும் வீடுகளுக்கு முன்னால் குப்பைகளைக் காணலாம்.

எவற்றை நாம் குப்பை மற்றும் குப்பை கூளங்கள் என்கிறோம்?

பல வகையான நெகிழிகளும் (plastic), காகித அட்டைகளும், பழைய துணிகளும், இலைகளும், களைகளும், பழைய தகரங்களும், உடைந்த கண்ணாடிக் குப்பிகளும், இறந்த விலங்குகளின் உடல்களும், சமையலின் மிச்சமும், அங்காடிக் கழிவுகளும் குப்பைகளே!

எங்கிருந்து குப்பைகள் வருகின்றன?

நம் வீடுகளில், கடைகளில், விற்பனையகங்களில் இருந்தும், வழிப்போக்கர்களிடம் இருந்தும், அநேகமாக உங்களிடமும், என்னிடமும் இருந்தும் கூட குப்பைகள் வரலாம்!

குப்பைகளுக்கு என்ன ஆகின்றன?

சூரியவொளி, மழை, நாய்கள், பூனைகள், எலிகள், ஆடுகள் போன்றவற்றின் உதவியுடன் சில குப்பைகள் மக்கிப் போகின்றன. சில நேரங்களில் குப்பைகள் எரியூட்டப் படுகின்றன. இந்த காரணிகள் யாவும் குப்பைகளை அகற்றுவதைக் காட்டிலும் அவற்றை சுற்றிலும் பரப்பவே செய்கின்றன.

இச்செயலை குறித்த நமது கருத்துகள் என்ன?

"அசிங்கம்! அவமானம்!"

"யாராச்சும் இதைப் பத்தி ஒன்னும் பண்ண மாட்டாங்களா?"

ஆண்டுக்கு ஒரு முறை, லட்சத்தில் ஒருவரே இதைப் பற்றி இதழாசிரியருக்கு கடிதமாக எழுதுகிறார்.

குப்பைகள் எங்கே செல்கின்றன?

பொதுவாக குப்பைகள் நாளுக்கு நாள் பெருகவே செய்கின்றன; ஆனால் குறைந்துப் போவதில்லை. கிரீன் சிட்டி, கிளீன் சிட்டி (Green City, Clean City) போன்ற நகரமைப்பு திட்டங்கள் மூலம் குப்பைகளை அகற்றும் முயற்சிகள் அவ்வப்போது சில இடங்களில் மேற்கொள்ளப் படுகின்றன. வழக்கமாக, இந்த குப்பைகள் எல்லாம் கண்ணுக்குத் தெரியாத இடத்திற்கு கொண்டுச் செல்லப்படுகின்றன. அவ்வாறு எடுத்து செல்லப்படும் போது, குப்பையின் பெரும்பகுதி காற்றடித்து வெளியே வீசப்படுகின்றது அல்லது வாகனத்தில் இருந்து உதறித் தள்ளப்படுகின்றது.

நம்மால் சேரும் குப்பைகளின் நிலை என்ன?

அந்த குப்பைகள் ஆபத்தான விகிதத்தில், குவிந்து கொண்டே செல்கின்றன. நாம் எரியக் கூடிய குப்பைகளை எரிக்கிறோம். மற்ற குப்பைகளை ஒரு குழியில் போட்டு புதைக்கிறோம். மேலும் பாதிப்பில்லாத சில முட்டைக் கூடுகள் மற்றும் வாழைத் தோல் போன்றவற்றை நம் வீட்டின் பின்புறத்தில் வீசுகிறோம்.

நாம் உரம் தயாரிப்பதில் ஒரு சில முயற்சிகளை மட்டுமே எப்போதாவது மேற்கொள்கிறோம். ஆனால் நெகிழி (plastic) போன்றவை மக்கி போகாது என்பதை விரைவில் உணர்கிறோம். நம்மிடம் குப்பைத் தொட்டி உள்ளது; ஆனால் அது மிக விரைவாக நிரம்பிவிடுகிறது. பின்னர் அதை என்ன செய்வது, எங்கு சென்று காலி செய்வது என்று நமக்கு தெரிவதில்லை. மேலும் சில காகங்களும், பூனைகளும் மற்ற விலங்குகளும் அதனதன் பங்கிற்கு குப்பைகளை எல்லாப் பக்கமும் சிதறடிக்கின்றன.

இதைப்பற்றி நாம் ஏன் ஏதாவது செய்ய வேண்டும்?

ஏனென்றால் குப்பைகளில் இருந்து துர்நாற்றம் வீசும். இவை பார்ப்பதற்கு மட்டுமல்லாமல் உண்மையிலேயே உடல்நலத்திற்கு மோசமாக இருக்கின்றன. மேலும் ஈ, கொசு, எறும்பு போன்றவற்றிற்கான இனப்பெருக்கம் செய்யும் இடமாகவும் இவை மாறுகின்றன. இதுவே பலநோய்களுக்கு மூல காரணமாகவும் அமைகின்றது. இந்த நோய்கள் குழந்தைகளுக்கும் பரவ வாய்ப்பு உள்ளது.

நம்மால் இதைக் குறித்து எதுவும் செய்ய முடியாதா?

குப்பைகளை எங்கே கொண்டு செல்ல முடியும்? குப்பைக் குவியலைக் கொட்ட ஒரு மறைவான இடத்தைக் கண்டுபிடித்தாலும், குப்பைகளை எப்படி எடுத்துச்செல்வது? எப்படியிருந்தாலும், "அதிகாரிகள் தான் இதற்காக ஏதாவது செய்யனும்".

எந்த அதிகாரிகள்?

நிச்சயமாக ஊரை வழிநடத்தும் ஒருவர் இருக்க வேண்டுமல்லவா? நகரத்தலைவர், மாவட்ட ஆட்சியர் அல்லது பொறுப்புள்ள யாரோ ஒருவர்!

இந்த அழுக்கு வேலையை அதிகாரிகள் ஏன் செய்ய வேண்டும்?

இந்த குப்பைகள் யாருடையது? நம்முடையது தான்! நகரத்தலைவரா நாம் பயன்படுத்தும் பாலை ஒரு நெகிழிப் பையில் வாங்கினார்? அல்லது மாவட்ட ஆட்சியர்தான் வாழைப்பழங்களை சாப்பிட்டுவிட்டு, தோல்களை தரையில் வீசுகிறாரா?

இதைப் பற்றி அதிகாரிகள் ஏதேனும் செய்ய முடியுமா?

அவர்களிடம் இரண்டு அல்லது மூன்று சரக்குந்துகள் (lorry) மற்றும் சில துப்புரவு பணியாளர்கள் (sweepers) இருக்கலாம். சரக்குந்துகளில் எடுத்துச் செல்லக்கூடிய அளவுக்கு அவர்கள் குப்பைகளை அகற்றி வேறு இடங்களுக்கு எடுத்துச் செல்லவே செய்கிறார்கள். ஆனால் இந்த வேலைகளுக்கு மிகுந்த பணமும், மனிதவளமும் தேவைப்படுகின்றன.

பொதுக் குப்பைகள்

சாலையோரங்களில் ஏராளமான குப்பைகள் யாருடையது என்றே தெரியாத நிலையில் உள்ளன. "நான் அந்த குப்பைகளை அங்கு போடவில்லை, அதனால் நான் ஏன் அதைப் பற்றி கவலைப்பட வேண்டும்?" என்றுதான் பலரும் நினைக்கின்றனர்.

ஒரு பெரிய குறிப்பிடமுடியாத, எதிர்பாராத தடை ஒன்று பொதுக் குப்பைகளை அகற்றுவதில் உள்ளது.

குப்பைக் குவியல்களின் பின்புறத்தை, இரவு 7:00 மணி முதல் காலை 7:00 மணி வரை, முறைசாரா வழிகளில் பலர் பயன்படுத்திக் கொண்டிருக்கிறார்கள். இரவு நேரங்களில் குப்பைக்கிடங்கு சமூக விரோதிகளின் கூடாரமாக மாறி விடுகிறது.

தொழிற்சாலைக் கழிவுகள்

இக்கழிவுகள் வழக்கமாக தொழிற்சாலைகளுக்கு அருகில் காணப்படுகின்றன. பொதுவாக நாம் பார்ப்பது, அவற்றில் ஒரு சிறிய பகுதியையே. தொழிற்சாலைகளே அங்கு உற்பத்தியாகும் கழிவுகளை அகற்றும் பொறுப்பினை ஏற்றுக் கொள்ள வேண்டும். ஆனால் அவர்கள் தங்கள் கழிவுகளை, எங்கு போட வேண்டும் என்பது தான் மிக முக்கியமான கேள்வி. அக்கழிவுகளை அகற்றுவதைப் பற்றி நாமே ஏதாவது செய்ய விரும்பினாலும் கூட, பாதுகாவலர்கள் நம்மை தொழிற்சாலையின் வாயிலைக் கூட அணுக விட மாட்டார்கள். தொழிற்சாலைகளின் பொறுப்புத் துறப்பாகவே இந்த சூழலைக் கருத வேண்டி உள்ளது.

ஆறுகளைக் கழிவுத் தொட்டிகளாகப் பயன்படுத்தக் கூடாது என்பது தொழிற்சாலை கழிவுகளின் பிரச்சனைகளைப் பற்றி பேசும்போது நினைவிற்கு வருகிறது. தொழிற்சாலைகள் ஆபத்தான விளைவுகளைப் பற்றிய எந்த விதமான அக்கறையுமின்றி, ஆபத்தான இரசாயனக் கழிவுகளை ஆறுகளில் திறந்து விடுகிறார்கள்.

புகழ்பெற்ற ஒரு சுற்றுலா நகரத்தின் சுற்றுலா தகவல் அலுவலகத்தில் இருந்த ஒரு 'புதுமையான வசதி' எனக்கு நினைவில் வருகிறது.

ஒரு சுற்றுலாப் பயணி இந்த குறிப்பிட்ட 'வசதியை' பயன்படுத்தி சங்கிலியை இழுக்கும்போது அவரது கழிவுகள் நேராக ஆற்றில் விழுமாறு அமைக்கப்பட்டுள்ளது. படகில் செல்லும் சக சுற்றுலா பயணிகளின் கண்களிலும் இந்த கண் கொள்ளாக் காட்சி தெரியுமாறு உள்ளது. அடடே! என்ன ஒரு அருமையான காட்சி!

இந்த பிரச்சனைகள் அனைத்திற்கும் நாம் என்ன செய்ய முடியும்?

இவை அனைத்தும் அதிகாரிகள் மட்டுமே தீர்க்கக் கூடிய பிரச்சனைகள் அல்ல என்பதை உறுதியாகவும், தெளிவாகவும் நான் நம்புகிறேன்.

அவர்கள் தீர்வு காண வேண்டிய சில விஷயங்களும் உள்ளன. ஆனால் அதற்காக, நாம் குப்பைகளை அகற்றுவதில், எந்தவொரு முயற்சியும் இன்றி கைகளைக் கட்டிக் கொண்டு, எட்ட நின்று காத்திருக்கலாம் என்பது அர்த்தமல்ல.

ஒவ்வொருவரும் வளர்ந்து வரும் இந்த சிக்கல்களைச் சமாளிக்க சில பொறுப்புகளை ஏற்க வேண்டும். மேலும் நீடித்த மற்றும் நிரந்தரமான ஒரு நல்ல சூழலை அடைய வேண்டுமானால் நாம் அனைவரும் ஒன்றாக இணைந்து செயல்பட வேண்டும்.

LECTORATE
TOWN COUN

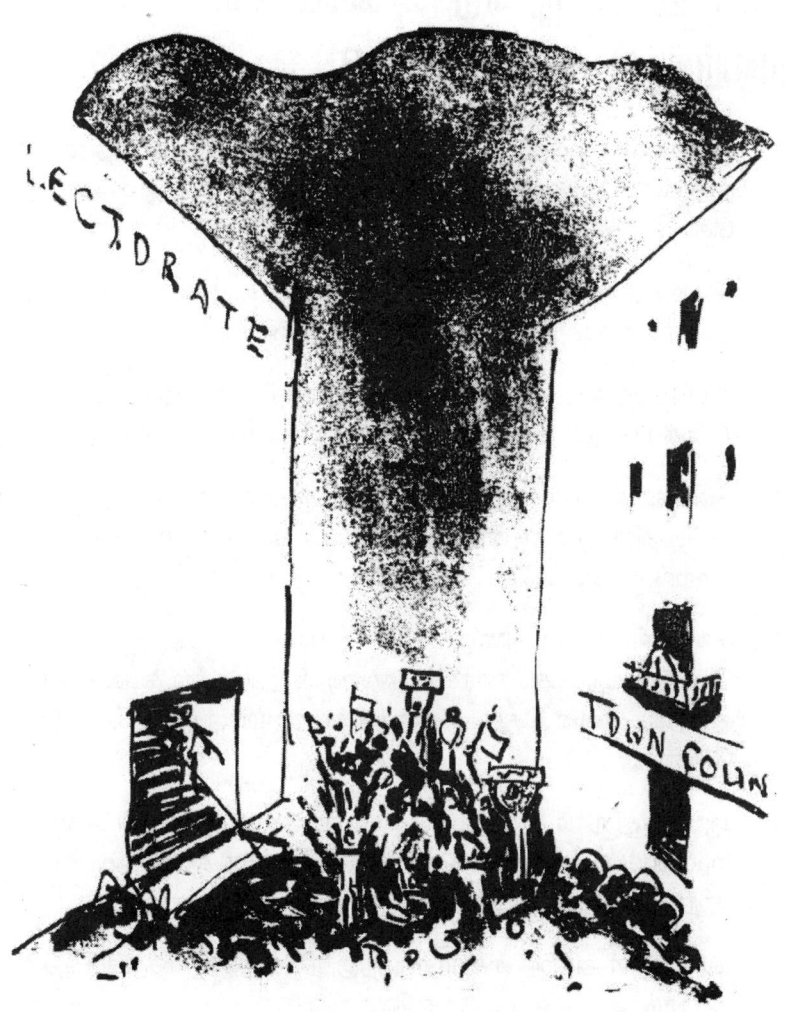

நாம் இப்போது எடுக்க வேண்டிய முயற்சிகள் என்னென்ன?

1. சூழ்நிலைகள், சுற்றி இருக்கும் பிரச்சனைகள் மற்றும் அதற்கான தீர்வுகள் அனைத்தையும், கவனமாக ஆராய்ந்து அறிந்து கொள்ள வேண்டும்.

2. குப்பைகளை அகற்றுவதைப் பற்றிய கலந்துரையாடல்களில் அனைவரையும் பங்கேற்கச் செய்ய வேண்டும்.

3. எங்கெல்லாம் அவசியமோ அல்லது சாத்தியமோ, அங்கெல்லாம் இதைப் பற்றிய சோதனைகளை மேற்கொள்ள வேண்டும்.

4. கழிவுகளின் அளவைக் குறைக்க ஒரு தனி நபரும், அவரின் குடும்பத்தினரும் என்ன செய்ய முடியும் என்பதை அறிந்து செயல்பட வேண்டும்.

5. கடைகள் மற்றும் பொருட்களின் (பால், சிமிட்டி, இனிப்புகள் போன்ற) உற்பத்தியாளர்கள், அவரவர் ஏற்படுத்தும் கழிவுகளைக் குறைக்க என்ன செய்ய முடியும் என்பதையும் அறிந்து செயல்பட வேண்டும்.

6. இப்போது நாம் கடைகளில் வாங்கும் அனைத்தும் பொதிகளில் (package) வருவதால் பல சிக்கல்கள் ஏற்படுகின்றன. அவற்றைப் பற்றி ஆராய்ந்து தீர்வு காண வேண்டும்.

7. கழிவுகளை அகற்றி கையாள்வதற்கு, நிலங்களை கையகப்படுத்த அரசாங்கத்தை ஊக்குவிக்க வேண்டும்.

நெகிழிப் பயன்பாட்டை குறைக்க இதோ சில பரிந்துரைகள்!

நெகிழி என்பது கையாள முடியாத ஒரு கழிவு வகையாகும். நாம் அதை எரிக்கலாம்; ஆனால் அது வளிமண்டலத்தை (atmosphere) மாசுபடுத்துகிறது. மேலும் மீள் உருவாகா ஆற்றலைக் (non-renewable energy) கொண்டு நெகிழியை மறுசுழற்சி செய்ய வேண்டியுள்ளது.

நெகிழி ஒரு பயனுள்ள பல்துறை பொருள். ஆனால் நெகிழியின் உற்பத்திப் பொருட்கள் நம் நாட்டில் குறைவாகவே உள்ளதால், இந்தியா அந்த பொருட்களை இறக்குமதி செய்ய வேண்டியுள்ளது. அதன் உற்பத்திக்கு அளவற்ற ஆற்றலின் தேவை உள்ளது. ஆனால், இந்தியாவில் உற்பத்திக்கான ஆற்றலும் மிகவும் குறைவாகவே உள்ளது.

கடைகளுக்கு செல்லும்போது நாம் நமது சொந்த பைகளை (துணி அல்லது காகிதத்தினாலான பைகளை) எடுத்துச் செல்ல வேண்டும். அப்படி செல்லும் பட்சத்தில், நாம் கடையில் வாங்கும் பொருட்களுக்கு நெகிழிப் பையின் தேவை இருக்காது.

HILMA.
MILK

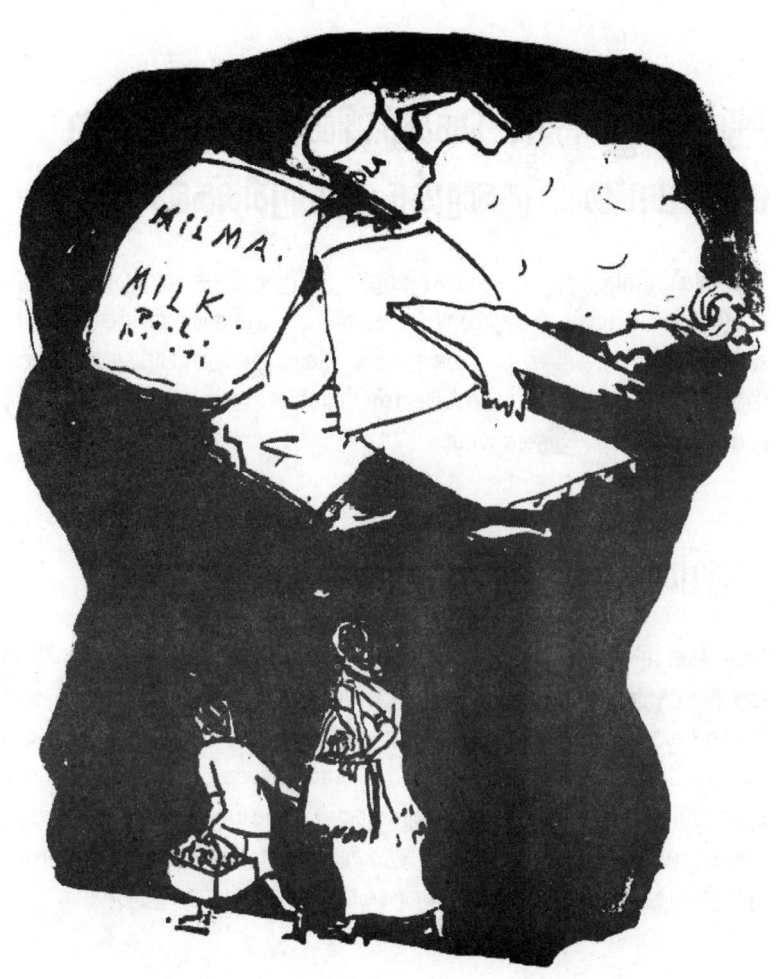

இவ்வாறு நாம் நெகிழியின் தேவையற்ற பயன்பாட்டை குறைக்க முயற்சிக்கலாம்!

பொதிகட்டுவதற்கு (packaging) குறைந்த நெகிழியை மட்டுமே பயன்படுத்துமாறு கடை உரிமையாளர்களுக்கும், விற்பனையாளர்களுக்கும் முறையாக நடைமுறைப் படுத்தப் பழக்க வேண்டும். அவ்வாறு செய்வதால் நாமே அனைவருக்கும் ஒரு முன்மாதிரியாக இருக்கலாம்.

அதற்கான தீர்வு?

பொதிகட்டுவது அவசியமாக இருக்கும் இடத்தில்—காகிதம் அல்லது துணியைப் பயன்படுத்த வேண்டும். இவை இரண்டும் மீள் உருவாகக் (renewable) கூடிய அல்லது மறுசுழற்சி செய்யக்கூடிய பொருட்களிலிருந்து வருபவை. காகிதத்தை ஆற்றல் ஏதும் பயன்படுத்தாமல் எளிதாக மறுசுழற்சி செய்ய முடியும். இந்த வகையில் புதிதாக உருவாகும் குப்பைகளின் அளவை கணிசமாகக் குறைப்பது மட்டுமல்லாமல் வேலைவாய்ப்பையும் ஏற்படுத்தலாம்.

துணிப்
பைகள்
ரூ. 1/-
மட்டுமே
ரூ.2/-

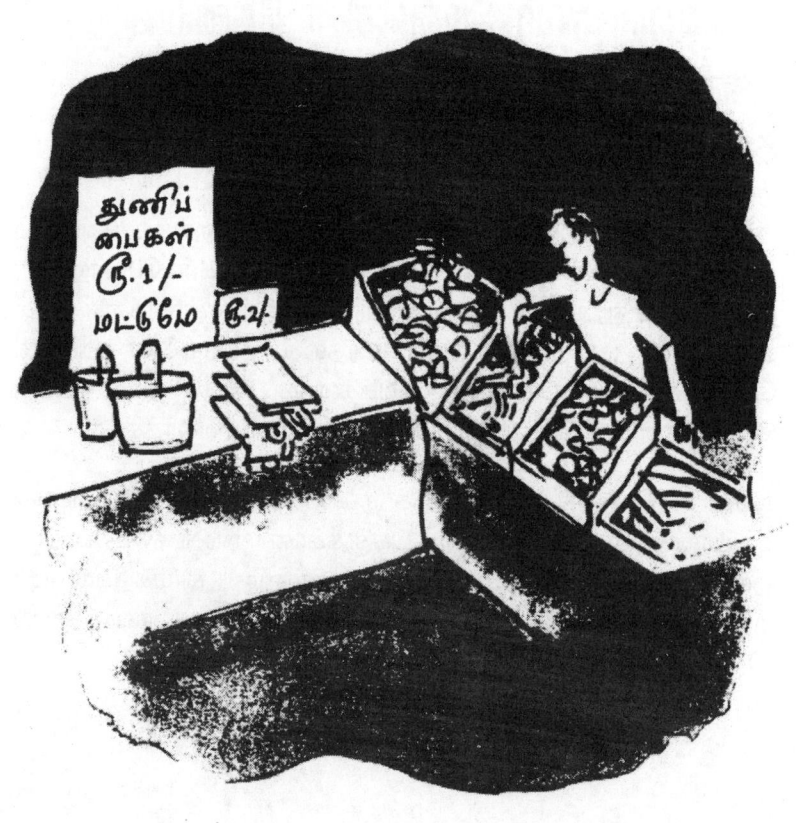

கரிம கழிவுகளை உரமாக்குங்கள்!

அழுகும் எல்லாவற்றையும் தனியாக சேகரித்து வைக்க வேண்டும் (காய்கறிக் கழிவுகள், தேயிலைகள், பழத் தோல்கள் போன்றவை). நம்மிடம் 1 சதுர மீட்டர் இடம் இருந்தால், இந்த கழிவுகளை நல்ல உரங்களாக மாற்றலாம். அந்த உரத்தை தரையிலோ அல்லது தொட்டிகளிலோ சேகரித்து வைக்கலாம். அதில் நாம் நமக்கு தேவையான காய்கறிகள், பூக்கள் போன்றவற்றை வளர்க்கலாம்.

இதன் மூலம் அதிக அளவு வீட்டுக் குப்பைகளைக் கையாள முடிவது மட்டுமல்லாமல் உணவுப்பொருட்களுக்கான நமது செலவையும் குறைக்கலாம். மேலும், நாம் உண்ணும் காய்கறிகளையும் பழங்களையும் நாமே வளர்ப்பதன் மூலம் குப்பைகளை உருவாக்காமல் இருப்பதில், பெருமகிழ்ச்சி அடையலாம்.

காகிதங்கள் அனைத்தையும் நாம் முடிந்தவரை கசக்காமல் சேகரித்து வைத்திருக்க வேண்டும். நாம் அவற்றை காகிதக் குப்பைக் கடைகளுக்கு விற்கலாம். மேலும் அந்த விற்பனையாளர்கள் இக்காகிதங்களை சேகரிக்க, வாரம் தவறாமல் நம் இருப்பிடத்திற்கே வர ஏற்பாடும் செய்யலாம்!

இதேபோல், தகரங்கள், கண்ணாடிக் குப்பிகள் (உடைந்தவையும் கூட), நெகிழிக் குப்பிகள், அனைத்து வகையான உலோகப் பொருட்கள் போன்றவற்றை பழையப் பொருள் கடைகளுக்கு விற்கலாம்.

இந்த வணிகர்கள் மறுசுழற்சி செய்யும் நிபுணர்களுக்கு அவற்றை அனுப்புவார்கள். இதுவும் நமது வீட்டு குப்பைகளின் அளவை பெருமளவில் குறைக்கும்.

குப்பைகளை எரிப்பதற்கு எரியூட்டிகளே (INCINERATORS) பெரும்பாலும் பரிந்துரைக்கப் படுகின்றன.

1. ஆனால் எரியூட்டிகள் காற்றை மாசு படுத்துகின்றன.
2. குப்பைகள் பெரும்பாலும் எரியூட்டிகளுள் நிரம்பி அடைத்துக் கொள்வதால் அவை எரியாமல் போகின்றன.
3. மேலும், எரியாத மற்றும் ஈரமான பொருட்களையும் மக்கள் எரியூட்டிகளுக்குள் போடுகிறார்கள்.
4. எரியூட்டிகள் குறிப்பிட்ட அளவு குப்பைகளை மட்டுமே உட்கொள்ளும் விதத்தில் அமைந்திருக்கும்.
5. ஆனால், எரிக்கப்படும் பெரும்பாலான பொருட்களை லாபகரமான வழியில் மறுசுழற்சி செய்து மீண்டும் பயன்படுத்த முயற்சி செய்யலாம்.

இருப்பினும், சிலர் மட்டுமே எரியூட்டிகளைப் பயன்படுத்துகின்றனர்.

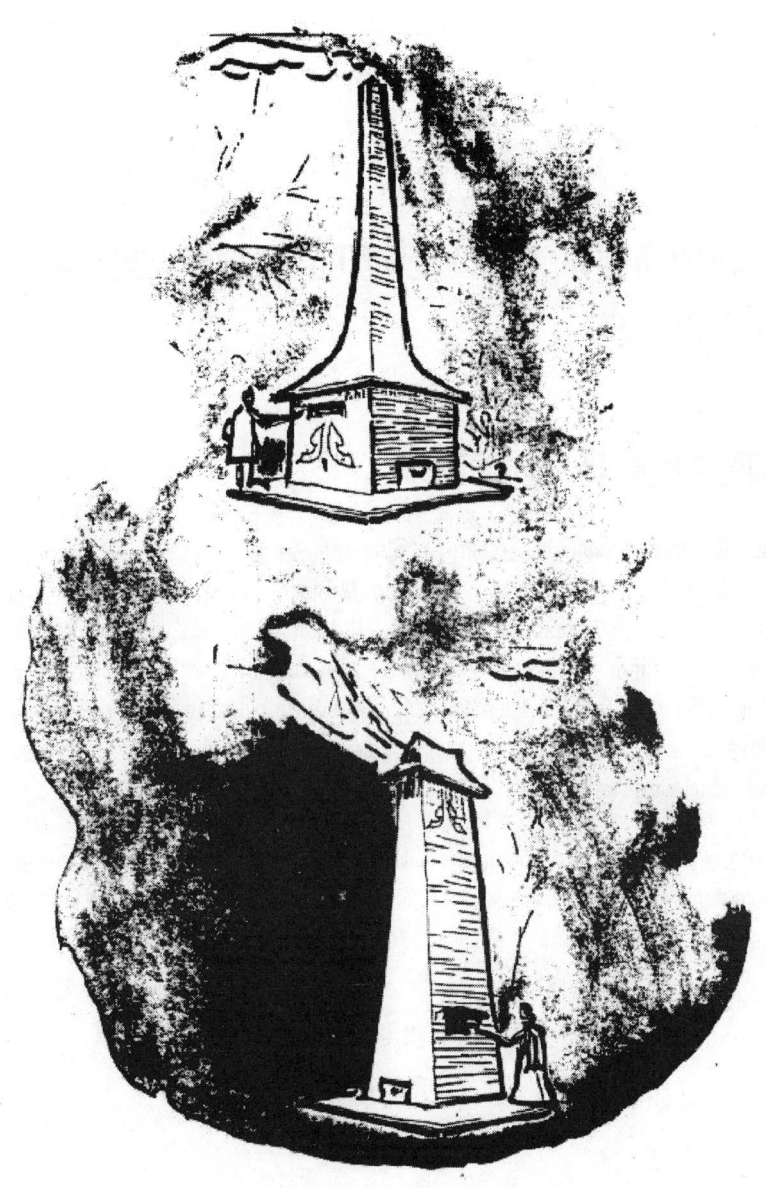

குப்பைகளை குடும்பத்தோடு வகைப்படுத்தல் வேண்டும்.

குடியிருப்புக் குழுக்கள்

குப்பைகளை குடும்பத்தோடு இணைந்து வகைப்படுத்த பழக்கப் படுத்தலாம். ஒவ்வொரு குடும்பத்திலோ அல்லது கடையிலோ நான்கு பெரிய பைகள் இருக்க வேண்டும். சிமிட்டி பைகளைப் போல அந்த பைகள் இருக்க வேண்டும். பைகள் நான்கும் வெவ்வேறு வண்ணங்களில் இருக்கலாம். கரிம கழிவுகளுக்கு ஒன்று, உலோகங்களுக்கு ஒன்று, கண்ணாடிகளுக்கு ஒன்று, மற்றும் நெகிழிகளுக்கு ஒன்று என வகைப்படுத்தப்பட்டு இருக்கலாம்.

இந்த பைகளை, பழைய பொருள் கடைக்காரர்கள் அல்லது மறுசுழற்சி செய்பவர்களைக் கொண்டு அவ்வப்போது சேகரித்து அகற்ற வேண்டும்.

நெகிழி
PLASTIC
GLAS
METAL
உலோகம்
கரிமம்
ORGAN

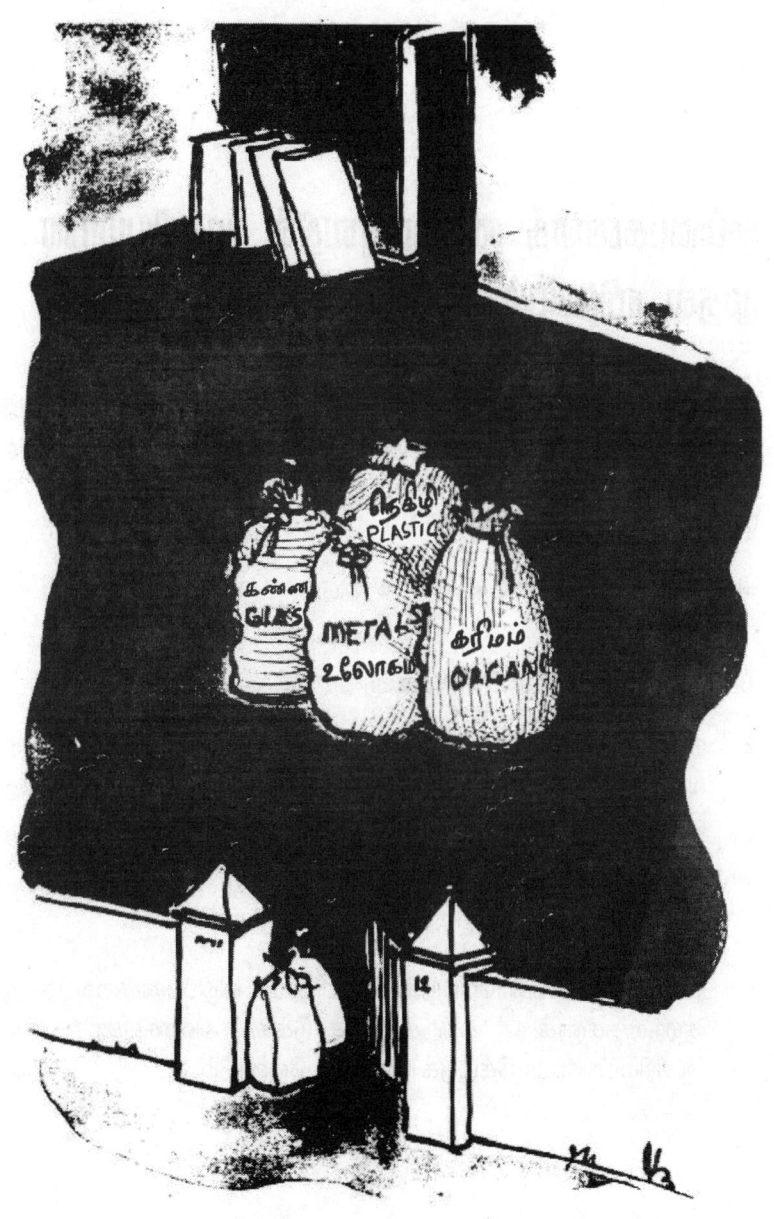

குப்பைகளைக் கையாள்வதில் முக்கியமான முதல் விஷயம்:

வீடுகளில் குவிந்து கிடக்கும் குப்பைகளைக் கையாள்வது மட்டுமல்லாமல், நம் குழந்தைகளுக்கும் குப்பைகளைக் கையாள்வது குறித்து கற்பித்து, அவர்களுக்கு ஒரு முன்மாதிரியாக நாம் விளங்க வேண்டும்.

சில விஷயங்களில் நாம் கவனமாக இருக்க வேண்டும்:

1. தேவையற்ற குப்பைகளை உருவாக்கக் கூடாது.

2. நமக்கு வழங்கப்பட்ட கொள்கலன்களில் (bin) பல்வேறு வகையான குப்பைகளை, தனித்தனியாக பிரித்து சேமித்து வைக்க வேண்டும்.

3. சிறிய குப்பைகளை எங்கும் வீசக்கூடாது. அவற்றை சரியான கொள்கலன்களில் மட்டுமே போட வேண்டும்.

4. குப்பைகள் வெளியேற்றுவதை பற்றிய விழிப்புணர்வை நமது குழந்தைகளுக்கு கற்றுக் கொடுக்க அவர்களின் பள்ளி ஆசிரியர்களிடம் கேட்டுக் கொள்ள வேண்டும்.

கடைகள் மற்றும் விற்பனையகங்கள், குப்பை உற்பத்தியாகும் வேறு சில இடங்கள் ஆகும்.

இந்த இடங்களிலும் குப்பைகளை அகற்றுவதில் நம்முடைய உதவி தேவைப்படும்.

குடிநீர், கழிவறை மற்றும் கழிவு அகற்றும் வசதிகள் இல்லாமல் நிறைய கடைகள் உள்ளன. அவற்றை எவ்வாறு அதிகாரிகள் அனுமதிக்கின்றனர் என்று புரியவில்லை.

இந்தச் சூழலில் உதவுவதற்கான ஒரு வழி—கடைகள் மற்றும் விற்பனையகங்களில் இருந்து குப்பைகளை குறைந்த எடையுடைய, தனித்தனி கொள்கலன்களில் (இழைக் கண்ணாடியாகக் கூட இருக்கலாம்/fibre glass) வெளியேற்றலாம்.

இதேபோல் சந்தை கூடும் இடங்களில், பரப்பரப்பான நகர வீதிகளில் இருக்கும் கடைகளின் விற்பனையாளர்களுக்கு, குப்பைகளை வெளியேற்ற உதவ வேண்டும். குப்பைகளை வெளியேற்ற முறையான கொள்கலன்களை அவர்களுக்கு வழங்க வேண்டும்.

நிரந்தர கட்டமைப்புகளில் இருக்கும் நீக்கக்கூடிய வகையிலான குப்பைக் கொள்கலன்களை (இழைக் கண்ணாடியால் ஆன/fibre glass) அதிகாரிகள் வழங்க வேண்டும். உடனுக்குடன் இவற்றின் குப்பைகளை அப்புறப்படுத்த வேண்டும்.

அதிகாரிகள் இந்த குப்பைக் கொள்கலன்களை தவறாமல் அவ்வப்போது அகற்றுவதற்கு வழி வகுக்க வேண்டும்.

இந்த வசதிகளை முறையாகப் பயன்படுத்தா விட்டால், கடைகள் வைத்திருப்பவர்களுக்கு அபராதம் விதிக்கலாம். ஒத்துழைக்காததற்காக அதிகாரிகளுக்கும் அபராதம் விதிக்கலாம்.

வழக்கம் போல் இந்த திட்டங்கள் மற்றும் பரிந்துரைகள் அனைத்தையும் செயல்படுத்துவதில் 3 முக்கிய சிக்கல்கள் உள்ளன.

1. இந்த திட்டங்களை யார் தீட்டுவது? தீர்மானம் செய்வது? இத்திட்டங்களுக்கு யார் பணம் செலுத்துவது?
2. யார் கொள்கலன்களில் உள்ள குப்பைகளை காலி செய்து சுத்தமான கொள்கலன்களாக மாற்றி வைப்பது?
3. அவர்கள் குப்பைகளை எங்கு எடுத்துச் செல்வது?

இவை அனைத்துக்கும் மேலாக, துர்நாற்றம் வீசும் குப்பைகளையும், அதன் குவியல்களையும், மறுசுழற்சி கிடங்கிற்கு எடுத்துச் செல்கிறவர்களுக்கும், கையாள்பவர்களுக்கும் பாதுகாப்பு மற்றும் தகுந்த வசதிகளை ஏற்படுத்திக் கொடுக்க வேண்டும்.

நிரந்தர கொள்கலன்கள்

இவை கீழ்காணும் பல தேவைகளுக்கு இணங்கி இருக்க வேண்டும்:

1. வலுவானதாக இருக்க வேண்டும். எளிதில் சேதம் அடையக் கூடியதாகவோ, அல்லது அழியக் கூடியதாகவோ இருக்கக் கூடாது.

2. எளிதில் தென்படக் கூடிய இடங்களில் இருக்க வேண்டும். அப்படி இருந்தால் நாம் கொள்கலன்களை தேடி அலைய வேண்டியதில்லை.

3. பார்பதற்கு அழகானதாக இருக்க வேண்டும். அப்படி இருந்தால் அதனை ஒரு அசிங்கமான, நிரம்பி வழிகின்ற கொள்கலனாக மாற்ற மாட்டோம்.

4. தனித்தனியான (பெயர்த்தகு) கொள்கலன்கள் நிரந்தர அமைப்புகளிலிருந்து வெளியே பிரித்து எடுக்க ஏதுவாக வடிவமைக்கப் பட்டிருக்க வேண்டும். ஆனால் இவை முறைப்படி அந்த அமைப்புகளோடு பூட்டப்பட்டிருக்க வேண்டும்.

5. வெவ்வேறு வகையான குப்பைகளை வகைப்படுத்த, தனித்தனி கொள்கலன்கள் வேண்டும்.

முன் பகுதி
பின் பகுதி

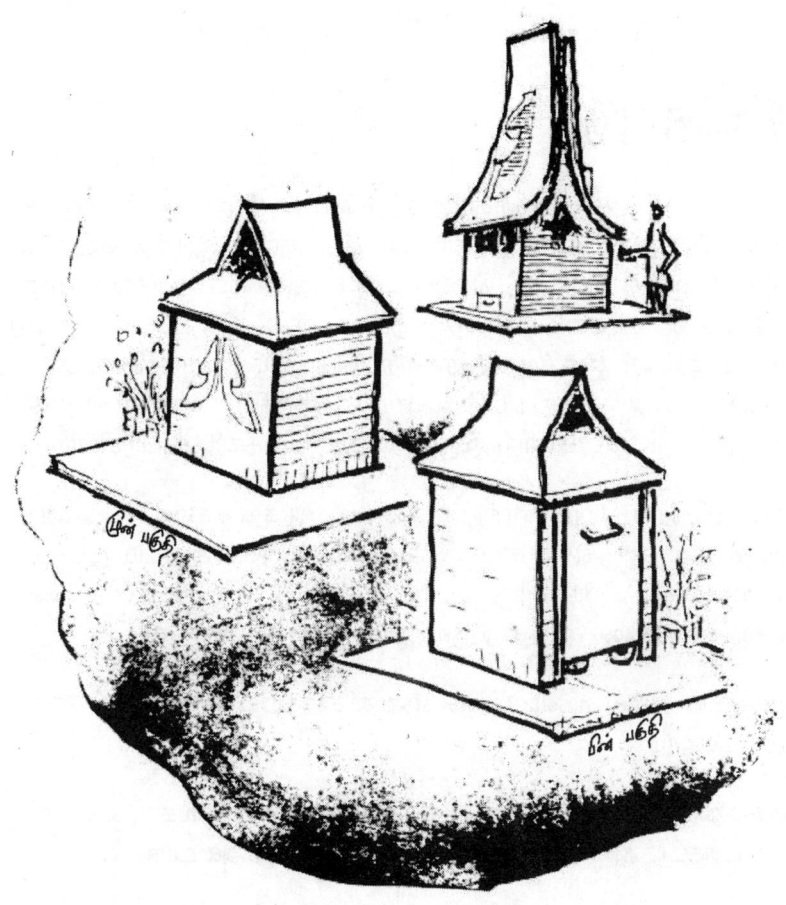

போக்குவரத்து

குப்பைகளை அகற்றுவதற்கான ஏற்ற போக்குவரத்து வசதி இருக்க வேண்டும். குப்பைகளை சேகரிக்கும் இடங்களில் இருந்து குப்பைக் கூளங்களுக்கு கொண்டு செல்ல தனி வாகனங்கள் அவசியம். எந்த வகையான வாகனம் என்பது குப்பைகளின் இருப்பிடம் மற்றும் குப்பைக்கூளம் இருக்கும் தூரத்தைப் பொறுத்தே தீர்மானிக்கப்படும். பெரிய சாலைகள் மட்டுமல்லாமல் குறுகிய சாலைகளினால் அணுகப்படும் இடங்களில் இருந்தும் குப்பை சேகரிக்கப்படுகின்றது.

சரக்குந்துகள் (lorry) மற்றும் பெரும் வாகனங்களை கொண்டு குப்பைகள் இருக்கும் சில இடங்களை மட்டுமே அடைய முடியும். குப்பைகளை சிறிய சந்து பொந்துகளில் இருந்து பெரிய சாலை வரை தலை மேல் சுமந்து வருவதென்பது சாத்தியமற்றது.

தானிகள் (auto) மூலம் அதிக எண்ணிக்கையில் வீடுகளை சென்று அடையலாம்.

மிதிவண்டி மற்றும் மூன்று சக்கர மிதிவண்டியைக் கொண்டு கிட்டத்தட்ட அனைத்து இடங்களையும் சென்று அடையலாம்.

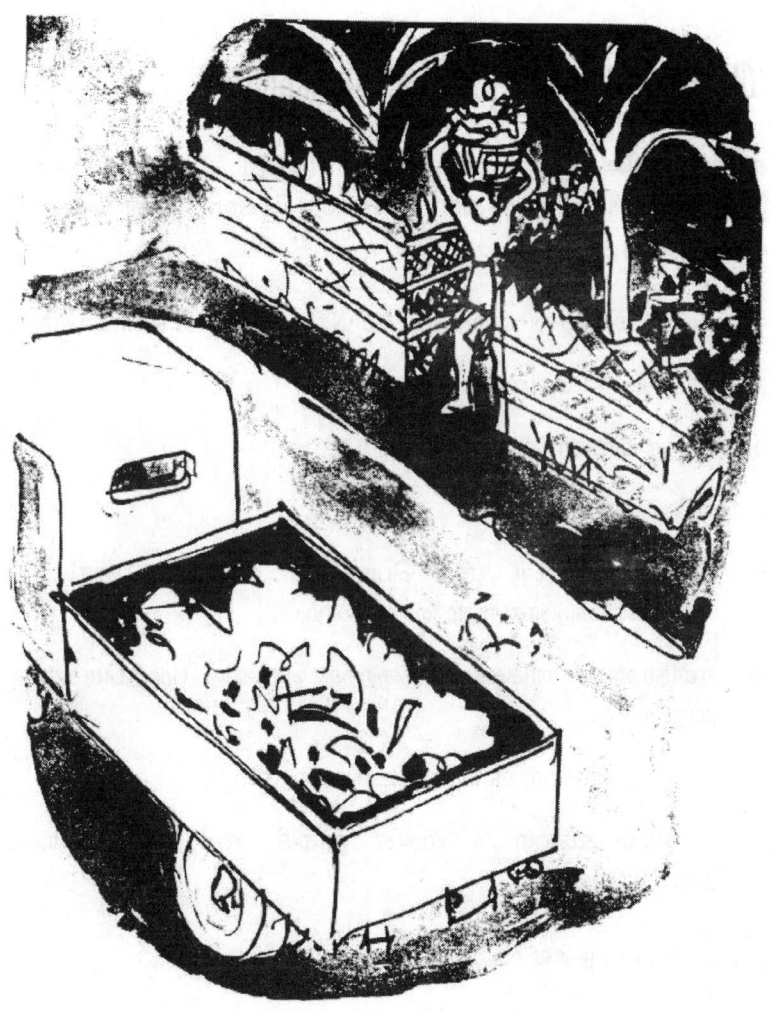

மிதிவண்டிகளா? சரக்குந்துகளா?

சரகுந்துகளில் குப்பைகளை எடுத்துச் செல்வதைவிட, மிதிவண்டிகளில் எடுத்துச் செல்வது பல நன்மைகளைக் கொண்டுள்ளது.

1. ஒரு சரக்குந்தின் விலைக்கு 200 மிதிவண்டிகளை வாங்கலாம்.
2. எரிபொருள் தேவையில்லை.
3. காற்று மாசுபாடுவது இல்லை.
4. ஒலி மாசும் இல்லை.
5. சிறிய தெருக்கள் சந்து பொந்துகள் உள்ளிட்ட பகுதிகளில் எங்கு வேண்டுமானாலும் செல்லலாம்.
6. எளிதாக பராமரிக்கவும், குறைந்த செலவில் பழுதுபார்க்கவும் முடியும்.
7. பலருக்கு வேலை வாய்ப்பை உருவாக்குகிறது.
8. கொள்கலன்களை உயரமாக தூக்கி, கையாள வேண்டிய அவசியமில்லை.

இதுபோல பல நன்மைகள் உண்டு.

பலவகை வாகனங்களைப் பயன்படுத்துதல்

குப்பைத் தொட்டிகளை குப்பைக் கிடங்கிற்கு எடுத்துச் செல்வதற்கான தூரத்தைப் பொறுத்துதான் அதனை எடுத்துச் செல்வதற்கான வாகனத்தின் வகை தீர்மானிக்கப்படுகிறது. முதலில் உள்ளூர், சாலையோர குப்பைகளை மிதிவண்டிகள் மூலம் சேகரிக்கலாம். பின்னர் அங்கிருந்து சரக்குந்துகளில் குப்பைக் கொள்கலன்களை, குப்பைக் கிடங்கிற்கு அல்லது மறுசுழற்சி செய்யும் தொழிற்சாலைகளுக்கு எடுத்துச் செல்லலாம்.

இந்த குப்பைக் கிடங்குகள், நகரத்திலிருந்து வெகு தொலைவில் இருக்க வேண்டும். இவ்வகையான நீண்ட தூரத்திற்கு அந்த குப்பைகளை எடுத்துச் செல்ல வான்வழி இழுவை வண்டிகளை (aerial ropeway) பயன்படுத்தலாம். அவ்வண்டிகள் திறந்தவெளிகளின் மேலே சென்று, நேரடியாக குப்பைக் கிடங்குகளுக்கு குப்பைகளை எடுத்துச் செல்ல உதவும்.

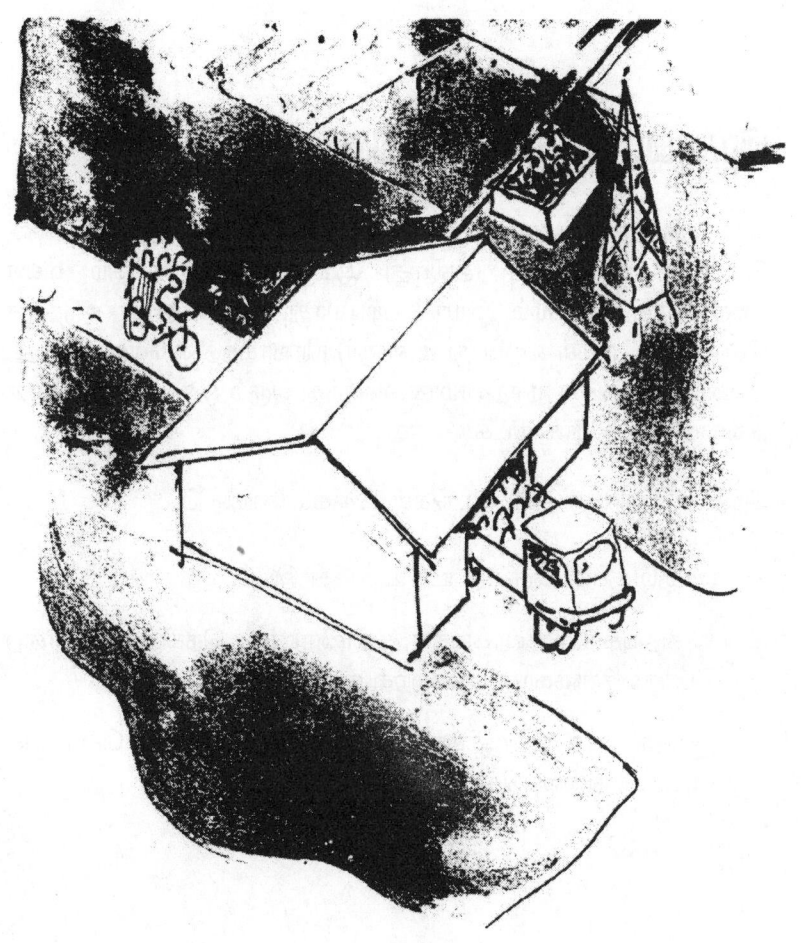

பிரதான குப்பைக் கிடங்கு!

ஒரு நகரத்தின் அனைத்து குப்பைகளையும் எடுத்துச் செல்ல, பொருத்தமான இடம் (அல்லது இடங்கள்) கிடைக்கும் வரை எந்தவொரு திட்டமும் இயங்க முடியாது. குப்பைகளை எடுத்துச் செல்ல திட்டங்கள் வகுப்பது (உள்ளூர்) நிர்வாகத்தின் வேலை. இந்த குப்பைக் கிடங்கை நிரந்தரமாக வளர்ந்து வரும் ஒரு அருவருப்பான மலையாக உருவாக விடக்கூடாது.

கீழ்கண்டவற்றிற்கு தனி இடங்கள் இருக்க வேண்டும்:

1. மக்கும் குப்பைகளுக்கு உர உற்பத்தி இடம்.
2. காகிதங்கள், உலோகங்கள், கண்ணாடிகள், நெகிழிகள் போன்ற பொருட்களுக்கான மறுசுழற்சி மையங்கள்.
3. இறந்த சடலங்களுக்கான மயானங்கள் மற்றும் செயற்கை எரியூட்டு நிலையங்கள்.

குப்பையைப் பற்றிய உரையாடல்கள் எல்லாம் வீண் பேச்சுக்காக அல்ல. நமது சொந்த குப்பைகளுக்கு நாமே பலியாகிக் கொண்டிருக்கிறோம் என்பதை நாம் உணர வேண்டும் என்பதற்காகத்தான்.

நம்முடைய இழிவான பழக்க வழக்கங்களுடன் இந்த நவீன வாழ்க்கையின் சாபமும், மக்கள்தொகையைப் போல அதிகரித்துக் கொண்டே வந்தால், உடல்நலக்குறைவு மற்றும் நோய்கள் ஏற்பட்டு நம் உயிருக்கே ஆபத்து ஏற்படலாம்.

துவைப்பது, கழுவுவது மற்றும் குளிப்பது போன்றவற்றில் காட்டும் கவனத்தை, வளர்ந்து வரும் நமது குப்பைக் குவியல்கள் மீது காட்டாமல் இருக்கிறோம். அந்த குப்பைக் குவியல்களை அகற்றுவது பற்றிய கவலை இல்லாமலும் இருக்கிறோம்.

இந்த ஆயிரமாண்டு முடிவதற்குள்ளாவது (கி.பி. 2000 பிறப்பதற்கு முன்), இதற்கு ஒரு தீர்வு காண முற்பட வேண்டும்.

ஆமா!
உங்களுக்கு தெரியலயா?
அத தான பண்ணிட்டு இருக்கோம்
குப்பைகளை ஒழிப்போம்!!

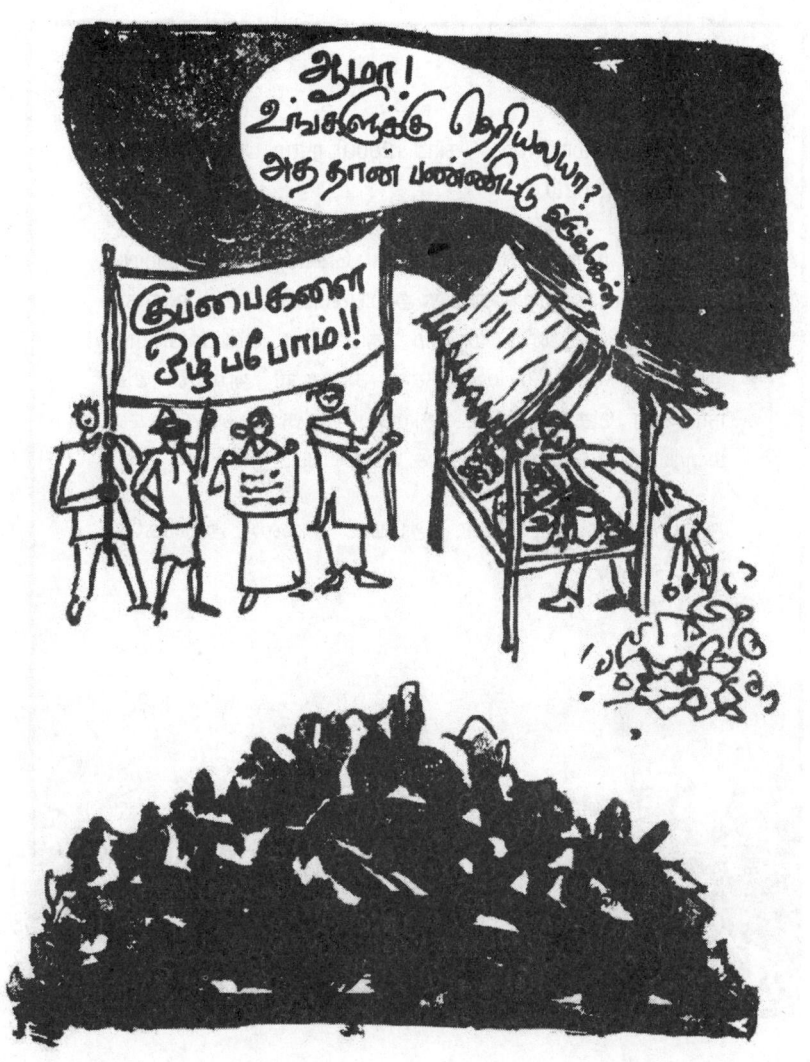

புதிய ஆயிரமாண்டை (கி.பி. 2000) நாம் பல வழிகளில் வரவேற்கிறோம்.

நமது நெடுஞ்சாலைகள் கொடிகள் மற்றும் விளக்குகளால் வரிசையாக அலங்கரிக்கப்பட்டு இருக்க வேண்டும்; குப்பை மற்றும் குப்பைக் குவியல்களால் அலங்கரிக்கப்பட்டு இருக்கக் கூடாது! ஆனால் சில நாட்கள் கொண்டாட்டத்திற்குப் பிறகு அக்கொடிகள் மற்றும் விளக்குகள் எடுத்துச் செல்லப்பட்டுவிடும்.

ஆனால் குப்பைகளோ அப்படி அல்ல; அங்கேயே தங்கிவிடும்.

Rotten
Ugly
Broken
Beastly
Inexcusable
Shameful
Horrid

ஒருபுறம், குப்பைகளைக் கையாள்வதில் நமது அரசுத் துறைகள் எந்த அளவுக்கு ஆர்வம் காட்டுவார்கள் என்பதே எனக்கு சந்தேகமாக உள்ளது. மறுபுறம், சில தன்னார்வ தொண்டு நிறுவனங்கள் குப்பைகளை வெற்றிகரமாக கையாண்டு வருகின்றன. அவற்றில் பல நிறுவனங்கள் வேலையற்றோருக்கு—அதிலும் குறிப்பாக வேலையற்ற பெண்களுக்கு—பயிற்சியளிப்பதில் நிபுணத்துவம் பெற்று உள்ளன. பல்வேறு தொழில்களின் மூலம் அவர்களுக்கு ஊதியம் வழங்கக்கூடிய வேலைகளை வழங்குவது மட்டுமல்லாமல், இந்நாட்டிலிருந்து சில மோசமான வெட்கக்கேடான நடைமுறைகளை அடியோடு ஒழிப்பதற்கான முயற்சிகளையும் மேற்கொள்கின்றன.

நாமே நாம் உருவாக்கும் குப்பைகள் அனைத்தையும் பிரித்து எடுத்து, வகைப்படுத்தி, பொருத்தமான கொள்கலன்களில் சேகரிக்க வேண்டும். பின்னர் அவற்றை நவீன பட்டறைகளில் மறுசுழற்சி செய்ய வேண்டும்; அல்லது ஒழுங்காகவும், சுகாதாரமாகவும் அவற்றை அகற்ற வேண்டும்.

இந்த புத்தகத்திற்கு 'பேக்கரின் குப்பை' என்ற தலைப்பு மிகவும் பொருத்தமானது. குப்பை எவ்வாறு உருவாகுகிறது, அதை எவ்வாறு முறையாக அப்புறப்படுத்துவது பற்றிய நமது புரிதலையும் அணுகுமுறையையும் மாற்ற இந்தப் புத்தகம் உதவும் என்று நான் நம்புகிறேன். அரசு மற்றும் அரசு சாரா நிறுவனங்கள் இரண்டுமே குப்பை இல்லா ஒரு புதிய ஆயிரமாண்டை (கி.பி. 2000) உருவாக்கும் சவாலை ஏற்றுக் கொள்ளும் என நான் விழைகிறேன்.

கடைசியாக,

இது ஒரு முழுமையான சமூக திட்டமாக இருக்க வேண்டும்.

இது ஒட்டுமொத்தமாக ஒரு பகுதிக்கும் அதன் மக்களுக்கும் பயனளிக்க வேண்டும்.

இது அனைத்து மக்களின் ஆதரவையும் ஒத்துழைப்பையும் கொண்டிருக்க வேண்டும்.

அப்போதுதான் இது வெற்றி பெறும்.

வீட்டில் இருந்து
தொண்டு தொடங்குவது
போல, குப்பையை
அகற்றுவதும்
ஒவ்வொருவர் வீட்டில்
இருந்தே தொடங்க
வேண்டும்.

லாரி பேக்கர்

நிஷா சத்தியசீலன்
தமிழாக்கம்

கட்டடக்கலைஞர். கவிதாயினி. கலையின் பல்வேறு ஊடகங்களை பதம் பார்க்க விரும்பும் இவரை, மாவிலையின் பல்திறன் படைத்த குயில் எனலாம். பயணிப்பதும், படம் பிடிப்பதும், அழகான தமிழில் கவிதைகள் எழுதுவதும் இவருக்கு கை வந்த கலையாகும்.

அறிவுக்கரசி மணிவண்ணன்
மெய்ப்புப் பார்த்தல்

கட்டடக்கலைஞர். கவிதாயினி. துளிரும் மொழிபெயர்ப்பாளர். எழுத்தில் மாய வித்தைகளை அவ்வப்போது வெளிப்படுத்தும் வித்தைக்காரர். தனது எழுதுகோலில் இருந்து சொற்களை சரளமான வரிகளாய்க் கோர்க்கும் பல்திறன் வாய்ந்த எழுத்தாளர்.

ச. மணிவண்ணன்
மெய்ப்புப் பார்த்தல்

பொறியாளர் (பணி ஓய்வு), பெல் நிறுவனம், திருச்சி. தமிழ்ப் பற்றாளர். பேச்சாளர் மற்றும் எழுத்தாளர். நேர்மறை சிந்தனையாளர். அகவை அறுபதிலும் அயராது பயணிக்கும் இவர், தன் வசம் வரும் புதிய கருத்துகளையும், கொள்கைகளையும் ஆதரித்து வருபவர்.

கௌஷிக் ஸ்ரீநிவாஸ்
புத்தக வடிவமைப்பு & ஒருங்கிணைப்பு

கட்டடக்கலைஞர். மாவிலையின் விதை. நையாண்டியிலும் நக்கலிலும் நாயகர். கண்ணைக் கவரும் வரைகலைகளை உருவாக்கும் ஒப்பற்ற வரைகலைஞர். மாவிலையின் உயிரோட்டத்திற்கு அயராது உழைப்பவர்.

ஆசிரியர் லாரி பேக்கர்

லாரி பேக்கர் எனும் லாரன்ஸ் வில்ஃப்ரட் பேக்கர் ஒரு கட்டடக்கலைஞர், வரிவடிவக் கலைஞர் மற்றும் மனிதநேயவாதி ஆவார். மகாத்மா காந்தியை சந்தித்த பிறகு, அவர் கொள்கைகளால் பெரிதும் ஈர்க்கப்பட்ட லாரி பேக்கர், இந்தியாவிலேயே நிரந்தரமாக வசித்து பணிபுரிய துவங்கினார். 1970-களில் இருந்து, வளங்குன்றா மற்றும் பயன்செலவுக் கட்டடங்களை லாரி பேக்கர் கேரளாவில் கட்டி வந்தார். கேரளாவின் மறைந்த முன்னாள் முதலமைச்சரான C. அச்சுதா மேனன், பொருளாதார நிபுணரான K.N. ராஜ் மற்றும் லாரி பேக்கர் ஆகிய மூவரும் இணைந்து COSTFORD (Centre of Science and Technology for Rural Development) எனும் அமைப்பினை 1985-ல் நிறுவினர். அனைவருக்கும் வீட்டு வசதி வேண்டும் என்ற தனது கருத்தைக் கொண்டு, எளிய வீடுகள் அமைப்பதைப் பற்றி பல நூல்களை படைத்தார் லாரி பேக்கர். 2007-ஆம் ஆண்டில் மறைந்த லாரி பேக்கர், இறுதிவரை ஒரு எளிமையான வாழ்க்கையையே வாழ்ந்து வந்தார். இந்நாள் வரை லாரி பேக்கர் விட்டுச் சென்ற மரபை, செயல்முறை வழியில் COSTFORD அமைப்பும், கல்வி வழியில் LBC அமைப்பும் (Laurie Baker Centre for Habitat Studies) தலைமுறை தலைமுறையாக நிலைநாட்டி வருகின்றனர்.